LÝ TƯỞNG CỦA MỘT QUỐC GIA
THEO THÁNH ĐỨC THÁI TỬ

HAJIME NAKAMURA
Tuệ Sỹ *dịch*

LÝ TƯỞNG CỦA MỘT QUỐC GIA THEO THÁNH ĐỨC THÁI TỬ

Nguyên tác
"Prince Shotoky's Ideal of the Buddhist State"
do GS. Hajime Nakamura diễn giảng
tại Đại học Vạn Hạnh ngày 12-5-1973

TỦ SÁCH PHỔ HÒA

**LÝ TƯỞNG CỦA MỘT QUỐC GIA
THEO THÁNH ĐỨC THÁI TỬ**

Hajime Nakamura

Tuệ Sỹ dịch

Tủ sách Phổ Hòa
trình bày và ấn hành tại Hoa Kỳ, 2024
ISBN: 979-8-8693-0077-5

Mục lục

Lời nhà xuất bản

.... 7 ....

1. Quốc gia đại đồng

.... 15 ....

2. Điều hành của quốc gia đại đồng

.... 37 ....

3. Văn hóa và những chính sách nhân đạo

.... 55 ....

4. Tư tưởng triết học

.... 65 ....

Lời nhà xuất bản

Lịch sử Phật Giáo thế giới hơn hai mươi lăm thế kỷ qua không thiếu những câu chuyện có sức thu hút đặc biệt về những đấng minh quân đem Chánh Pháp của đức Phật ra để trị quốc. Chẳng hạn, Vua A-dục (Aśoka – 304-232 BC) ở Ấn Độ, Vua Lương Võ Đế (464-549) ở Trung Hoa, Vua Songtsän Gampo (thế kỷ thứ 7 Tây lịch) ở Tây Tạng, Thánh Đức Thái Tử (574-622) ở Nhật Bản, Vua Trần Nhân Tông (1258-1308) ở Việt Nam, v.v... Trong đó Thánh Đức Thái Tử là trường hợp rất đặc biệt, như Giáo Sư người Nhật Hajime Nakamura đã giới thiệu như sau trong bài thuyết trình có tiêu đề "Lý Tưởng Của Một Quốc Gia Theo Thánh Đức Thái Tử," tại Đại Học Vạn Hạnh vào ngày 12 tháng 5 năm 1973, qua bản dịch Việt ngữ của Thầy Tuệ Sỹ:

"Tuy nhiên, phải đợi đến triều Suy Cổ Thiên Hoàng (Kuikoi 592–628), Phật Giáo mới được thành danh tại Nhật Bản. Khuôn mặt ngoại hạng suốt trong thời kỳ này là Thánh Đức Thái Tử, một khuôn mặt nhân đức nhất và tuyệt hảo nhất trong số tất cả những nhà cai trị của Nhật Bản và đích thực là người khai sáng Phật Giáo tại Nhật bản." (tr. 22)

Một trong những điểm nổi bật mà Thánh Đức Thái Tử đóng góp cho Nhật Bản là việc ông đã dựa vào tinh thần Phật Giáo để soạn ra Thập Thất Chương Ước Pháp (17 Chương Ước Pháp), là Hiến Pháp đầu tiên của nước Nhật, theo Giáo Sư Hajime Nakamura.

"Năm 604 Thánh Đức Thái Tử ban hành văn kiện thường được gọi là "Mười Bảy Chương Ước Pháp." Đây là pháp chế đầu tiên của Nhật Bản, nó đặc trưng cho dòng phát triển tân kỳ và sáng tạo của tư tưởng Nhật Bản vào thời đó, căn cứ cốt yếu trên tinh thần Phật Giáo và thâu thái các quan niệm của Trung Hoa và Ấn Độ. Có thể nói, đó là Đại Hiến Chương (Magnar Charta) của quốc gia." (tr. 23)

Điều thật hấp dẫn đối với chúng ta ngày nay là sự kiện một ngàn bốn trăm năm trước, Thánh Đức Thái Tử đã dựa vào tinh thần của Phật Giáo để "bác bỏ chính sách chuyên chế hay sự cai trị độc tài độc đoán, bất chấp tính chất thiết yếu phải thảo luận với kẻ khác," theo GS. Hajime Nakamura. Và ông cho rằng đó "có thể coi như là phôi thai cho tư tưởng dân chủ của Nhật Bản." GS. Nakamura đã giải thích thêm về chứng lý để từ đó Thánh Đức Thái Tử có quan điểm và lập trường dân chủ như sau:

"Do đó, hình như nó cho phép chúng ta nhận rằng Thánh Đức đã thừa hưởng và khai triển quan niệm đó từ Thần đạo (Shintô) nguyên thủy. Mặt khác, cũng có thể rằng các qui luật của Tăng đồ Phật giáo đã ảnh hưởng đến tư tưởng của Hoàng Thái tử. Những qui luật này được kể rõ chi tiết trong các kinh điển quen thuộc đối với Thánh Đức, và chúng bao gồm qui luật về quyết định đa số." (tr. 46)

Điều mà GS. Nakamura gọi là "quy luật về quyết định đa số," chính là việc tác pháp Yết-ma (Karma), tức là quy tắc tác bạch và lấy quyết định của tập thể Tăng-già hiện tiền để thực hiện các Phật sự của Tăng hoặc Ni chúng. Quy tắc đó là gì? Thứ nhất, tất cả Tăng hiện tiền đều được nghe một vị Tăng trình bạch về vấn đề gì đó để xin quyết định của tập thể Tăng. Số lượng Tăng hiện tiền tối thiểu từ 4 vị trở lên và tùy theo Phật sự mà đòi hỏi 10 vị, 20 vị Tăng hiện tiền. Tiếp theo, sau khi trình bạch thì vị Tăng xin quyết định chung. Tùy theo mức độ quan trọng thế nào đối với Phật sự mà tác bạch được thực hiện một lần, hai lần hoặc ba lần. Khi lấy quyết định thì bắt buộc phải có sự đồng ý của tất cả mọi vị Tăng hiện tiền, nghĩa là đồng thuận tuyệt đối, vì nếu có một vị Tăng không đồng ý thì yết-ma không thành, và do đó phải giải quyết bất đồng để đi đến đồng thuận. Quy tắc tác pháp yết-ma này hiện vẫn còn được sử dụng trong các cộng đồng Tăng hoặc Ni trên thế giới. Đây là cơ chế thực hiện tinh thần dân chủ lâu đời nhất trên thế giới, kể từ thời đức Phật còn tại thế đến nay.

Điểm đặc biệt khác nơi Thánh Đức Thái Tử chính là ông dù là một Phật tử tại gia và bận bịu việc triều chính, cũng đã viết chú giải ba cuốn Kinh: Kinh Thắng Man, Kinh

Duy-ma-cật, và Kinh Pháp Hoa, theo GS. Nakamura trong bài thuyết trình nói trên. Nhờ đọc và thâm nhập nội dung Kinh Phật mà Thánh Đức Thái Tử đã hiểu được nội dung thâm diệu của Phật Pháp để đem ra ứng dụng vào việc cai trị quốc gia.

Đó chỉ là giới thiệu tổng quát vài điểm gợi ý trong nội dung của bài thuyết trình của GS. Nakamura. Bài thuyết trình được Thầy Tuệ Sỹ dịch dày hơn 80 trang trong tập sách này còn rất nhiều điểm đáng quan tâm và tìm hiểu về việc làm sao một nhà lãnh đạo có thể trị quốc bằng Chánh Pháp của đức Phật.

Nhận thấy giá trị vượt thời gian của bài thuyết trình, nên dù đã được phổ biến hơn nửa thế kỷ, chúng tôi vẫn không ngần ngại cho đánh máy và in lại để phổ biến đến mọi người có quan tâm và hứng thú tìm hiểu về vấn đề này.

Cầu mong có thêm những nhà lãnh đạo như Thánh Đức Thái Tử, như Vua Trần Nhân Tông để làm cho quốc gia trong sạch, dân chủ, hòa bình và thịnh vượng.

Tủ Sách Phổ Hòa trân trọng giới thiệu.

1.
QUỐC GIA ĐẠI ĐỒNG

Nhật bản đã trở thành một quốc gia trung ương tập quyền dưới thời Thánh Đức Thái Tử (574-622). Mặc dù ngài chưa từng bước lên ngôi vị thiên hoàng, nhưng dân tộc Nhật bản lúc nào cũng coi ngài như là biểu tượng của quốc gia Nhật bản. Chân dung ngài và những miêu họa của các điện đài danh tiếng được dựng lên suốt thời gian ngài cầm quyền thường xuất hiện trên các bưu hoa và tiền tệ do Chính phủ Nhật bản ban hành. Cho đến ngày nay ngài vẫn còn được tôn thờ trong sự ngưỡng mộ và thán phục của đồng bào. Tinh thần của ngài có thể được coi như là nền tảng cho dòng phát triển tư tưởng Nhật bản về sau này.

Thánh Đức Thái Tử là Hoàng Thái Tử dưới quyền Suy Cổ Thiên Hoàng (ngự triều 592-628 Tl.), và cũng là cháu của Thiên Hoàng. Rồi ngài nắm quyền cai trị với tư cách là Nhiếp Chính vương qua bốn mươi năm (592-622). Ngài thường được coi như là một chính trị gia có những tài năng trác việt.

Từ ngữ "quốc gia đại đồng" dùng trong khảo cứu này chỉ cho một xã hội được thiết lập bởi một nhà cai trị tin tưởng vào sự hiện hữu và hiệu lực của những định luật phổ quát đại đồng phải được thể hiện vượt ngoài những dị biệt giữa các thời đại dân tộc, và địa vực. Những quốc gia mà chúng ta có thể chỉ cho ý nghĩa đó đã từng xuất hiện vào những thời đại nào đó trong lịch sử nhân loại, khi mà các bộ lạc thuộc cùng môi trường văn hóa như nhau trước kia đố kỵ lẫn nhau bấy giờ đã hết còn chống đối nhau và hình thành một thực thể chính trị và quân sự đơn nhất. Sau thời thống nhất chính trị và quân sự, một số các biến đổi đã xảy ra:

1) Một vị nguyên thủ có thế lực nổi lên, ông cai trị toàn một khu vực được coi như một đơn vị đơn nhất và thiết lập vững chãi triều đại của mình.

2) Người ta bắt đầu cảm thấy cần có một ý hệ quán thông, mà trong thời các bộ lạc còn tương tranh đã không thể phát triển được.

3) Một nền tôn giáo có tính chất thế giới đại đồng hẳn là đã cung cấp khái niệm và ý thức, hay ít ra là căn bản tinh thần, cho một ý hệ như thế.

4) Ý hệ hay những khái niệm căn bản của tôn giáo đó phải được công bố cho quần chúng trong hình thức những chế cáo hay những sắc lệnh.

Hiện tượng văn hóa và chính trị phù hợp với quan niệm đó về "quốc gia đại đồng" đã xuất hiện vào những thời đại hữu sử trong dòng lịch sử của nhiều quốc gia cổ đại. Hoàng đế A-dục (Ásoka, th. k. 3, trước Thiên chúa) của Ấn độ, Quốc vương Songtsan Gampo (cũng phiên âm là Srong bTSan sGam Po hay Srong-tsan-gam-po; 617-651 T1.), vị vua Phật tử đầu tiên của Tây tạng, là ba điển hình của những vị nguyên thủ đã tạo dựng các căn cơ kiên cố cho quốc gia và nền văn hóa của họ. Tại Nam Á Châu, các nền quân chủ, cùng có ý nghĩa lịch sử tương đương như vậy, đã xuất hiện vào thời đại sau trong lịch sử, trong số đó có Quốc vương Anawrahta (1044–1077) của Miến điện và Quốc vương Jayavarman

VII (1181-1215) của Cam bốt. Xét theo niên đại, những vị nguyên thủ này, dù không cùng chung thời đại, có thể coi họ cùng chung các giai đoạn phát triển văn minh như nhau hoàn toàn.

Tại Trung hoa, người ta khó mà tìm ra một vị nguyên thủ có ý nghĩa lịch sử tương đương với tầm mức của những nhà lãnh đạo được kể ở trên. Lương Vũ Đế (ngự trị 502-549 TL.) hay Tùy Văn Đế (ngự trị 581-604 TL.) có lẽ không ngoài trường hợp đó; nhất là Văn Đế, ông đã thống nhất toàn thể Trung hoa sau cuộc chiến tranh nhân dân dai dẳng, và tái thiết Phật giáo ngay sau đó, nhưng những người kế thừa ông lại đàn áp. Đối với các nhà cai trị ở Á châu, nền tôn giáo đại đồng phổ quát hậu thuẫn cho quốc gia đại đồng là Phật giáo. Tại Tây phương là Thiên chúa giáo, và các nhà cai trị đó, mà người ta có thể coi như họ tương phản với những nhà cai trị ở Đông phương kia, là Đại đế Constantine (ngự trị 306-337 TL.) và Charlemagne (ngự trị 800-814). Tuy nhiên, hoàn cảnh của Đông phương và Tây phương khác nhau hẳn. Vì rằng văn hóa cũng như cách thái tư tưởng của Đông phương và Tây phương không cùng chiều hướng, và vì chúng phát khởi trong những xã hội không cùng bản chất như nhau, cả hai sự kiện đó nảy sinh sự khác biệt giữa Đông và Tây.

Thánh Đức Thái Tử, người thiết lập quốc gia đại đồng tại Nhật bản, và là người thúc đẩy văn hóa Nhật bản, phải được chiêm nghiệm và tán thưởng qua nhận thức về sự khác biệt đó.

Theo truyền thuyết chung, Phật giáo du nhập Trung hoa vào năm 67 TL., dưới triều Minh Đế đời Hậu Hán. Trong hai hình thức chính yếu của Phật giáo, Tiểu thừa và Đại thừa, thì Đại thừa được hưng thịnh tại đây. Năm 552, Phật giáo (Đại thừa) được truyền vào Nhật bản qua ngả Cao ly, khi vua Xương Minh (Syõng-Myõng), vua nước Bách tế, một vương quốc đông nam bộ Cao ly trong thời Tam quốc, gởi một sứ đoàn đến Thiên Hoàng Nhật bản với các cống vật gồm "một tượng Phật Thích Ca bằng đồng mạ vàng, nhiều phan cái, và một số kinh điển".

Các cống vật và sứ điệp kèm theo từ Bách tế gửi sang gây chú ý cho triều đình Nhật bản khá nặng. Người ta nói, Khâm Minh Thiên Hoàng (Kimmei, 539-571) hết sức vui mừng nhưng nghĩ là nên đưa cho triều đình thương nghị. Một số luận rằng Nhật bản nên theo gương những nước văn minh khác bằng cách nhận tôn giáo mới, trong khi một số khác tuyên bố rằng nếu tôn thờ "một thần linh ngoại quốc" theo kiểu đó có thể chọc giận các thần linh bản xứ. Hai phe tranh luận, nhưng cuối cùng phe trước thắng.

Tuy nhiên, phải đợi đến triều Suy Cổ Thiên Hoàng (Kuikoi 592-628), Phật giáo mới được thành danh tại Nhật bản. Khuôn mặt ngoại hạng suốt trong thời kỳ này là Thánh Đức Thái Tử, một khuôn mặt nhân đức nhất và tuyệt hảo nhất trong số tất cả những nhà cai trị của Nhật bản và đích thực là người khai sáng Phật giáo tại Nhật bản.

Trong thời đó, nước Nhật bị dao động bởi những tướng quân phong kiến hay những thủ lĩnh tập ấp, mỗi người là một thứ luật pháp cho riêng mình và cai quản dân chúng trong lĩnh địa của mình. Thánh Đức khống chế các tay tướng quân này và tìm cách phế trừ họ. Cuộc phế trừ được thực hiện sau khi Thái tử mất, phù hợp với cuộc Canh Tân Đại Hóa (Taika) được công bố do sắc lịnh triều đình năm 646. Các lãnh chúa địa phương tự trị và tự hưởng theo tập ấm bị dẹp bỏ, và những đặc quyền của họ, gồm cả "dân chúng và nô lệ của họ" đều được quốc gia trưng dụng.

Năm 604 Thánh Đức Thái Tử ban hành văn kiện thường được gọi là *"Mười Bảy Chương Ước Pháp"*. Đây là pháp chế đầu tiên của Nhật bản, nó đặc trưng cho dòng phát triển tân kỳ và sáng tạo của tư tưởng Nhật bản vào thời đó, căn cứ cốt yếu trên tinh thần Phật giáo và thâu thái các quan niệm của Trung hoa và Ấn độ. Có thể nói, đó là Đại Hiến Chương (Magnar Charta) của quốc gia.

Ước pháp này, đôi khi còn gọi là "Luật Mười Bảy Điều", thường được coi như do chính Thánh Đức Thái Tử viết. Một vài sử gia không chấp nhận tác giả là Thánh Đức, nhưng không thể chối cãi sự kiện hiển nhiên rằng các quan điểm chính của nó bộc lộ tư tưởng của chính Thánh Đức.

Sắc thái quan trọng của *Thập Thất Chương Ước Pháp* là ở chỗ các nguyên tắc của nó được bộc lộ khá rõ dưới hình thức những huấn dụ luân lý hơn là những điều khoản luật định hẹp hòi. Không chứa đựng những điều lệ luật định hiển nhiên, mà thực ra nó chỉ cốt xác lập các căn bản cho đạo đức và tôn giáo, và cốt giữ vai trò hướng đạo cũng như chế tài cho luật pháp được thực thi vào những thời sau.

Phản ánh quan điểm chính trị của Thánh Đức về một quốc gia trung ương tập quyền, các lý tưởng hàm súc trong Ước pháp được bộc lộ rõ rệt hơn trong cuộc Canh Tân Đại Hóa (Taika) năm 646. Lúc bấy giờ, khoảng bốn mươi năm sau khi công bố Ước pháp và khoảng hai mươi năm sau khi Thánh Đức mất, xã hội Nhật bản bắt đầu một cuộc lột vỏ quan trọng. Các học giả đã công nhận mối quan hệ mật thiết có mặt giữa tinh thần của Ước pháp và thể chế chính trị được thiết lập phù hợp với cuộc Canh Tân Đại Hóa; thể chế chính trị đó đã hoàn thành công cuộc thống nhất nước Nhật.

Giữa Ước pháp của Thánh Đức, và Luật của Songtsan Gampo cũng như các sắc lịnh của A-dục, cả hai trường hợp cho thấy có điểm dị biệt quan trọng. Hai nhà vua sau nhắm tới dân chúng. Luật của Songtsan Gampo đưa ra những giáo chỉ đạo đức cho đại thể quần chúng, còn những sắc lịnh của A-dục, mặc dù có khi hướng tới phần tử thượng lưu, trên đại thể thì nhắm tới đại chúng. Tuy nhiên, Ước pháp của Thánh Đức đề ra "Công Đạo", nghĩa là những thái độ đạo đức và tinh thần mô phạm liên hệ với công cuộc tham dự vào những nhiệm vụ của quốc gia. Nó nhắm tới công sự quan chế; hướng dẫn việc điều khiển công quyền của chính phủ hoàng gia. Dị biệt đó, giữa Ước pháp của

Thánh Đức và những sắc chỉ của Songtsan Gampo và A-dục, cho thấy rằng ngay lúc khởi sự của quốc gia tập quyền, chế độ quan lại đã mạnh ở Nhật bản. Quyền tối thượng của giai cấp quan lại trong lịch sử sau này của nước Nhật có thể được coi như đã báo hiệu trong dữ kiện này.

Bởi vì một quốc gia đại đồng hay tập quyền chỉ có thể được tạo nên bằng cách khống chế và kết hợp các bộ tộc đã từng xung đột liên miên, nên khỏi phải ngạc nhiên rằng Ước Pháp Thập Thất Chương nhấn mạnh "Hòa hiệp" làm nguyên tắc dẫn đầu của cộng đồng và tổ chức hợp tác. Thánh Đức chủ trương "Hòa hiệp" trong các liên hệ nhân sinh ngay phần mở đầu cho chương thứ nhất của Ước pháp.

Hòa hiệp phải được trọng thị trong tất cả; các người có bổn phận trước hết là tránh sự bất hòa. Mọi người thường có óc bè phái, vì ít ai thực sự sáng suốt. Do đó có những kẻ không tuân lệnh chúa, không vâng lời cha. Và họ thường gây gổ với láng giềng của mình. Nhưng khi kẻ trên, người dưới cùng hòa thuận và tương thân, thì luận sự cùng hòa hiệp, và hành sự cùng hòa điệu với chân lý. Vậy việc gì mà lại không làm xong? (Chương 1).

Chủ đề hòa điệu hay hòa hiệp đó (Nhật ngữ: Wa) không chỉ đặc trưng của Chương 1 mà còn là đặc trưng cho toàn thể Ước pháp. Một số học giả cho rằng quan niệm này lấy từ Nho giáo vì chữ *hòa* xuất hiện trong *Luận ngữ* của Khổng Tử. Tuy nhiên chữ *hòa* được dùng trong *Luận ngữ* chỉ cho lễ tùy theo địa vị của mỗi người. (Hòa không phải là chủ đề thảo luận. Tuy nhiên Thánh Đức Thái Tử chủ trương lấy đức tính này làm nguyên tắc cốt yếu cho việc điều hòa thái độ xử thế. Thái độ của người phát xuất từ quan niệm nhân từ của đạo

Phật, cần phải phân biệt rõ với quan niệm về lễ của Nho giáo.)

Thêm nữa, Thánh Đức đề nghị một đường lối rõ rệt để thành tựu sự hòa hiệp: khả năng chế ngự sân hận khi thảo luận về bất cứ công việc đang làm nào, khả năng đó chỉ có thể được thể hiện nhờ ý thức sâu xa rằng chúng ta đều là "phàm phu" như nhau cả. Loài người sẵn óc cố chấp và thiên kiến. Trong một cộng đồng, hay giữa các cộng đồng, các xung đột xảy ra dễ dàng. Phải vượt qua những xung đột như thế và phải thể hiện sự hòa hiệp để cho một xã hội hòa điệu có thể thành hình được. Trong mỗi chương của Ước pháp, hòa hiệp được đưa ra làm lý tưởng phải nỗ lực cho bằng được: giữa chủ và tớ, giữa bậc trên và bậc dưới, giữa tất cả mọi người, và trong mỗi cá nhân.

Tuy nhiên, cũng nên ghi nhận rằng mục tiêu nhắm tới là hòa hiệp chứ không phải phục tùng suông. Thánh Đức không dạy rằng dân chúng chỉ có việc tuân hành hay tùng phục, nhưng dạy rằng phải thảo luận trong một không khí hòa hiệp hay hòa điệu thì mới có thể nảy ra những chính kiến. Cuộc thảo luận thành khẩn là ước vọng nhiệt tình nhất. Đằng khác, cần phải tránh xa phong thái hay ngôn ngữ làm tan rã hòa hiệp. Quan niệm của Thánh Đức, tức quan niệm rằng chỉ có thể tránh sự gây gổ trong cuộc tranh luận nếu phản tỉnh được rằng tất cả mọi người đều cùng là phàm phu cả, quan niệm đó hiện rõ trong đoạn này:

"Đừng hiềm khích và đừng thù hận. Đừng oán hận chỉ vì kẻ khác chống đối ta. Mỗi người có một tâm niệm riêng. Mỗi tâm hồn có những sở thích riêng. Kẻ này có thể cho người kia là sai; người kia có thể cho kẻ này đúng. Kẻ này nhất định không phải là hiền nhân, người kia không nhất quyết là ngu muội. Cả hai cùng là phàm phu cả. Ai đủ khôn ngoan để phán xét kẻ nào tốt kẻ nào xấu? Trí đó mà ngu cũng đó, như tiếng chuông ngân dài bất tận. Vì vậy, dù cho kẻ khác không dằn được cơn giận, chúng ta ngược lại hãy lo sợ về những sai quấy của chính mình, và mặc dù chúng ta có thể quả quyết rằng mình đúng, hãy cư xử hòa thuận với kẻ khác". (Chương X).

Các vấn đề được thảo luận trong bầu không khí hòa thuận không thù hận sẽ được giải quyết tất nhiên, và gần như chúng tự giải quyết lấy. Những quyết định song phương hay tập thể chỉ có thể có hiệu quả đích thực khi nào hòa hiệp là trên hết. Nơi nào không có hòa hiệp, cá nhân đứng lẻ cá nhân, tập đoàn đứng lẻ tập đoàn, trong cuộc đối đầu vô tích sự.

Thánh Đức Thái Tử đã thấy rằng dân chúng của Ngài cần có một nền tôn giáo để điều khiển các hành động của họ và cổ võ các nhà lãnh đạo của họ phản tỉnh khiêm tốn. Phật giáo là tôn giáo được chọn và Ba Ngôi Báu của nó: Phật, Pháp và Tăng, được coi như là lý tưởng cứu cánh của tất cả mọi loài chúng sanh và làm căn cơ tối hậu của sinh hoạt nhân gian trong tất cả mọi xứ sở. "Kính lễ Tam Bảo" trở thành chủ đề cho Chương 2 của Ước pháp, và Thánh Vũ Thiên Hoàng, vào thời đại sau (trị 724-749), đã mang lại cho truyền thống Nhật thành ngữ thời danh "Nô bộc của Tam Bảo".

Các quan điểm ghi trong Chương 2 của Ước pháp rất là quan trọng. Quan niệm thứ nhất trong số đó là cho rằng một số ít người hoàn toàn xấu xa, và có thể dạy họ theo Phật pháp hay Chân lý căn cơ của vũ trụ. Đây là một quan niệm đặc sắc của tư tưởng Đông phương trái ngược với một vài khái niệm của Tây phương. Quan niệm về sự trừng phạt đời đời không có nơi đức Phật.

Quan niệm đặc trưng thứ hai là nói rằng Chân lý hay Luật phổ quát như là "nơi trú ẩn kỳ cùng của mọi loài chúng sinh và là đối tượng sùng tín tối thượng trong tất cả mọi xứ sở". Thánh Đức hỏi: "Hạng người nào và trong thời nào không đủ khả năng tôn kính Luật đó?" Trong quan điểm của Ngài, Luật hay Pháp, là "qui tắc" của tất cả chúng sinh, đức Phật đích thực là "Pháp hiện thân", và Pháp hiện thân, "là một với Lý tánh", trở thành *Tăng già* tức Chúng đệ tử Phật. Theo Thánh Đức, do đó, mọi sự đều qui hướng vào một nguyên lý căn bản được mệnh danh là "Pháp".

Năm 594, hoàng cô của Thánh Đức, tức Hoàng Hậu Suy Cô (Suiko), ban hành sắc lệnh là Hoàng gia ủng hộ công cuộc phát huy Tam Bảo. Chiếu theo sắc lệnh đó, các đại thần của triều đình tranh nhau xây các chùa chiền Phật giáo. Như thế, Phật giáo đã bắt rễ, trưởng thành và đua nở. Một thời đại mới trong lịch sử văn hóa của Nhật bản đã bắt đầu.

Hình như các nhà cai trị Á châu khác, thừa nhận Phật giáo, cũng đã thực hiện như vậy, cùng lý do rất tương đồng với Thánh Đức. Tuy nhiên, quan niệm về Pháp hay *Dharma* mà hoàng đế Phật tử A-dục chuẩn nhận ở Ấn độ không chỉ giới hạn riêng Phật giáo, nó còn được coi như có giá trị cho tất cả mọi tôn giáo, dù vượt qua những chân trời của các tôn giáo trong thời đại ngài. Trong khi A-dục Vương ủng hộ và bảo trợ riêng tôn giáo Phật, Phật giáo cũng chỉ là một trong nhiều tôn giáo - gồm Bà-la-môn giáo, Kỳ-na giáo, và phái ngoại đạo tà mệnh (Ājivika) - được nhà vua bảo vệ. Giữa các nhà cai trị ở Á châu, kể cả

Thánh Đức Thái Tử, A-dục vương nổi bật do tinh thần đại đồng của ngài.

Dù sao, giữa Thánh Đức và A-dục thoạt trông hình như không khác nhau nhiều lắm. Thánh Đức chỉ biết có một hệ thống triết lý giảng những định luật phổ quát, tức Phật giáo. Do đó, đương nhiên Ngài coi Phật giáo như là "lý tưởng cứu cánh của hết thảy mọi loài và căn cơ tối hậu của sinh hoạt nhân gian trong mọi xứ sở". Trái lại, A-dục nhất định phải công nhận sự có mặt các yêu sách tôn giáo dị biệt đòi hỏi tính cách phổ quát, vì ở Ấn độ vào thế kỷ III trước Thiên chúa rất nhiều hệ thống tôn giáo đã phát triển cao độ, và không phải chỉ một ít hệ thống cố phát ngôn lấy tư cách chân lý phổ quát. Tuy nhiên, giữa A-dục và Thánh Đức, không có dị biệt tất yếu về nguyên tắc. Họ cùng phấn đấu cho Phật giáo như nhau, mà tinh chất của nó là cốt nhận thức những định luật phổ quát được giảng dạy bởi tất cả các nền tôn giáo và triết học. Họ cũng nỗ lực thiết lập một quốc gia đại đồng như nhau, dựa trên những gì mà họ coi là Chân lý của vũ trụ.

2.
ĐIỀU HÀNH
CỦA QUỐC GIA ĐẠI ĐỒNG

Các quốc gia đại đồng, theo như kiểu mẫu thủ sáng của A-dục, Thánh Đức, và Song-tsan Gampo, được hình thành song song với việc phế trừ các đặc quyền tập ấm của các thủ lĩnh thị tộc và sự thay đổi địa vị của vai trò lãnh đạo chính trị trước kia dựa trên đẳng cấp xã hội theo kiểu mẫu thị tộc. Các nguyên thủ thị tộc có uy thế chỉ có thể duy trì quyền lực chính trị với điều kiện họ phải trở thành những viên chức của quốc gia tập quyền vừa được thiết lập.

Trong trường hợp Nhật bản, Thánh Đức thiết lập một hình thức tổ chức quan chế khác các thời đại trước tận căn để. Tổ chức tân định này, mệnh danh là *quan vị thập nhị giai* (kani-jùni kai). Mười hai bậc quan vị, có hiệu lực kể từ năm 603. Trước tiên, các hàng quan giai cao chỉ được dành cho những nhân vật có địa vị xã hội cao và được truyền thừa tập ấm. Dưới chế độ mới, chức vụ và thăng tiến của quan giai dựa trên khả năng. Theo công huân, chứ không theo huyết thống, đó là một tiêu chuẩn mới.

Khi các viên chức lãnh nhiệm vụ, gần như vậy, với tư cách là những cột trụ của quốc gia tập quyền, Thánh Đức thân hành phối kiểm họ trong Ước Pháp Thập Thất Chương của Ngài. Yêu sách thứ nhất của quốc gia đại đồng là xác lập cung cách đạo đức gương mẫu giữa các viên chức của nó. Như thế, đôn đốc tinh thần tán dương lẽ thiện và đàn hạch thói xấu, là thí dụ điển hình. Thành Đức nói:

"Có công thì thưởng, có tội thì trừng. Đó là một qui luật tối diệu ngàn xưa. Do đó, đừng để cho các hành vi thiện của một ai mãi bị khuất lấp, cũng đừng để các hành vi ác của một ai không được cải hóa. Những kẻ vọng ngôn, ỷ ngữ giống như mũi tên làm hư nước, hay như lưỡi kiếm bén làm hại dân. Cũng thế, bọn siểm nịnh ưa bươi móc những lỗi lầm của kẻ dưới cho các bề trên của chúng; rêu rao những sai lầm của bề trên cho kẻ dưới của chúng. Hạng người như thế bất trung với vua, bất nhân với dân. Tất cả điều đó là nguồn gốc làm trỗi dậy những nhiễu nhương trầm trọng cho dân (Chương VI).

Về quan niệm đặt để các loại hình thức trừng phạt, Thánh Đức chủ trương dùng những biện pháp cải tạo hay sửa trị trong trường hợp khinh tội, nhưng trừng phạt nặng trong trường hợp trọng tội. Ngài qui định như thế này: "Những tội nhẹ phải được phán xét tùy theo khả năng của chúng ta nhằm cải hóa phạm nhân, nhưng những ai phạm các tội nặng phải đưa ra trừng trị nghiêm khắc". Thánh Đức không né tránh việc sử dụng sức mạnh, nhưng ngài bận tâm đến việc cải tiến đạo đức trên hết.

Mối bận tâm đạo đức đó cũng thấy rõ trong huấn dụ dưới đây nói về việc phán xét nhanh nhẹn và vô tư.

Khi nghe các trường hợp của dân, các pháp quan phải gạt bỏ những nguyện vọng tham lam và hãy quên những quyền lợi riêng tư. Hãy xét vô tư những tố cáo mà dân chúng đưa đến. Về những trường hợp phải thẩm vấn, một ngày có hằng nghìn vụ. Nếu trong một ngày có nhiều vụ như thế, trải qua nhiều năm sẽ có vô số những kiện tụng phải giải quyết. Ngày nay thì khỏi phải nói, một số các pháp quan đuổi theo lợi lộc cho riêng mình và đợi chờ những cơ hội có hối lộ đã. Do thế mà có lời nói rằng: "Lý lẽ của nhà giàu như đá liệng xuống nước, còn lý lẽ nhà nghèo như đổ nước lên đá". Trong những hoàn cảnh như thế, người nghèo sẽ không biết gởi mình vào đâu. Những sự vụ như thế, nếu đúng, chứng tỏ các quan lại đã không làm tròn bổn phận (Chương V).

Những tiêu chuẩn mà Thánh Đức đặt ra dành cho các quan lại càng nghiêm khắc hơn nữa. Ngài nói, các quan lại phải là những người liêm chính. Một chế độ tốt mà kỳ thực không đảm bảo an ninh và lành mạnh của xứ sở nếu những người đảm trách công việc điều hành của nó mà yếu kém.

Mỗi người có một trách nhiệm đối với công vụ của Chính quyền. Đừng để cho các lãnh vực trách nhiệm bị lẫn lộn. Khi những người có tài trí được ủy nhiệm những quan chức cao, ai cũng sẽ vui lòng ca ngợi, nhưng khi những người bất tài giữ những quan chức cao, thì những hỗn loạn và nhiễu nhương sẽ chồng chất. Trong thế gian này, ít ai là người sinh nhi tri chi; chỉ thành bực Thánh sau thời gian dài tu tập. Tất cả những vấn đề của quốc gia, dù lớn hay nhỏ, chắc chắn sẽ được điều hành tốt đẹp, nếu những người chính trực giữ những địa vị chính đáng; trong tất cả mọi thời, dù trị hay loạn, mọi sự việc sẽ được giải quyết êm xuôi nếu người hiền được kính sợ. Theo cách đó, quốc gia sẽ bền lâu, và quốc độ sẽ tránh khỏi hiểm nạn. Do đó, các bực minh chủ thời xưa đi tìm người giỏi cho những quan chức cao chứ không dành quan chức cao cho những người được sủng ái". (Chương VII)

Lời giáo huấn đó, được nêu lên hơn một nghìn năm về trước, không phải là không đáng trọng thị dù ở trong những xã hội tân tiến của ngày nay.

Điều đáng ghi nhận là Thánh Đức khuyến cáo các viên chức hãy tránh đố kỵ, một trở ngại cho sự phát triển tốt đẹp của cộng đồng và xã hội.

Tất cả các quan chức, cao hay thấp, phải coi chừng đố kỵ. Nếu các người đố kỵ kẻ khác, thì kẻ khác rồi cũng sẽ đố kỵ các người. Nếu kẻ khác khen mình trí, đừng lấy thế làm là vui; nếu kẻ khác hơn mình về tài, hãy nên hâm mộ. Thực sự, hiền nhân là hạng người hiếm thấy trên thế gian này – có thể năm trăm năm thì có một hiền nhân, nhưng một nghìn năm khó có một vị thánh. Nhưng nếu những bậc hiền nhân và thánh triết không được kính sợ, làm sao nước được trị yên? (Chương XIV)

Sau khi đưa ra một số các huấn thị làm chỉ đạo cho thái độ và cung cách của các nhà lãnh đạo và các viên chức, Thánh Đức bác bỏ chính sách chuyên chế hay sự cai trị độc tài độc đoán, bất chấp tính chất thiết yếu phải thảo luận với kẻ khác.

Những quyết định liên quan các vấn đề hệ trọng không được dành riêng cho một người. Chúng phải được thảo luận với nhiều người. Những vấn đề nhỏ nhặt ít quan trọng hơn, không cần thương nghị chung với nhiều người. Nhưng trong trường hợp những vấn đề nghiêm trọng, khi có một nỗi sợ hãi nào đó mà họ có thể bỏ đi, các người nên sắp xếp các sự việc trong cuộc thương nghị với nhiều người, để mà tiến tới kết luận chính đáng (Chương XVII).

Quan niệm đó có thể coi như là phôi thai cho tư tưởng dân chủ của Nhật bản. Nó có quan hệ với Chương I, trong đó thảo luận phải được diễn ra trong tinh thần hòa hiệp. Nguyên tắc được nói lên như thế sẽ hiện thân trong một Sắc lệnh hoàng gia tiếp theo cuộc Canh Tân Đại Hóa. Sắc lệnh này miệt thị sự thống trị độc tài bởi một nền quân chủ - hay độc tài, như chúng ta thường nói ngày nay - "Mọi việc đừng để cho một người cai trị độc nhất thiết định".

Quan niệm chống đối độc tài đó xuất phát từ đâu? Lối thống trị thời xưa được trình bày trong thần thoại của Nhật bản thì không phải do mệnh lệnh của một quân vương hay "Chúa tể của tất cả", nhưng do một cuộc hội thảo bên bờ sông. Nếu những ý kiến của các hội viên mà bất hòa, cuộc hội thảo khó thành công. Do đó, hình như nó cho phép chúng ta nhận rằng Thánh Đức đã thừa hưởng và khai triển quan niệm đó từ Thần đạo (Shinto) nguyên thủy. Mặt khác, cũng có thể rằng các qui luật của Tăng đồ Phật giáo đã ảnh hưởng đến tư tưởng của Hoàng Thái tử. Những qui luật này được kể rõ chi tiết trong các kinh điển quen thuộc đối với Thánh Đức, và chúng bao gồm qui luật về quyết định đa số. Cũng nên ghi nhận sự kiện rằng cuộc thương nghị chung không được khuyến khích công khai nơi A-dục hay Song-tsan Gampo. Quan niệm hay tinh thần thương nghị chung đó được duy trì cho đến khi quyền lực chính trị từ các Thiên hoàng được trao sang các tướng quân (shogun) của Nhật bản phong kiến. Hệ thống Thiên hoàng của Nhật bản đã phát triển không như một thể chế độc tài nào đó.

Mặc dù chú trọng trên sự bao quát của tập đoàn trong quá trình thực hiện quyết định, nhưng trên quan điểm của Thánh Đức, quyền ưu tiên rõ ràng được dành cho Thiên hoàng. Thái độ của ngài, duy nhất nếu đặt tương phản với thái độ của A-dục và Song-tsan Gampo, được bộc lộ trong đoạn sau đây.

> Khi các người nhận những mệnh lệnh của đức Quân Thượng, các người cung kính nghe. Khi trên trời và dưới đất hợp về một mối thi hành những phận sự của mọi phương đúng theo vị trí của mình, chúng ta thấy thế giới được điều lý trong một trật tự toàn hảo như sự luân lưu nhịp nhàng của bốn mùa. Giả sử bắt đất đạt chỗ

của trời, tất cả sẽ sụp đổ xuống. Vì vậy, khi chúa nói, hãy nghe và tuân hành những gì ngài nói; khi người trên làm, kẻ dưới phải làm theo. Bởi vậy, khi các người nhận những lệnh truyền của đức Quân Thượng, hãy chăm chú thi hành trung thực. Nếu các người không thể làm như thế, hậu quả tự nhiên sẽ là sự sụp đổ (Chương III).

Những điều Thánh Đức nhấn mạnh ở đây là mối quan hệ giữa lãnh chúa hay thiên hoàng, các viên chức, và dân chúng trong quốc gia tập quyền này. Các viên chức phải cai trị dân chúng y theo những mệnh lệnh của thiên hoàng.

Nền tảng cơ bản cho sự quản trị của quốc gia đại đồng là lễ, hay nói rộng hơn, là nguyên tắc đạo đức. Nếu bậc trên không chính, thì dân ở dưới loạn; vô số những tội ác và những hành vi bất nghĩa sẽ xảy ra, dù bậc trên có cần mẫn đến mấy. Lễ, hay nguyên tắc đạo đức, theo đó mà nói, phải là cơ bản ước thúc các thái độ và cung cách của các viên chức trong công cuộc điều hành quốc gia của chúng.

Mối quan hệ giữa thiên hoàng, các quan lại, và, dân chúng mô phỏng theo kiểu mẫu của Trung hoa thời cổ như đã được qui định bởi Hán nho. Tuy nhiên, kiểu mẫu này nảy mầm trên đất Nhật, và nó có vẻ như đã có liên hệ chặt chẽ với việc phế trừ thế lực thị tộc, tâm điểm cho cuộc Canh Tân Đại Hóa.

Dành quyền ưu tiên cho Thiên hoàng là một quan niệm xuất hiện rõ rệt trong Ước pháp.

> Các tri phủ và tri huyện không được trưng thuế dân chúng tại địa phương mình. Nước không hai vua, dân không hai chúa, Đức Quân Thượng

là chúa tể duy nhất của dân chúng khắp nước. Các quan lại được ủy nhiệm điều hành các công tác xin địa phương thảy đều tùy thuộc ngài. Làm sao họ có thể tự do trưng thuế dân chúng giống như Triều đình? (Chương XII).

Đoạn này có thể được giải thích như là mở đầu cho nguyên tắc trung ương tập quyền trong lãnh thổ dưới triều đình hoàng gia, và như là phác sơ cuộc phế trừ toàn quốc sau này đối với quyền sở hữu của thị tộc về lãnh thổ và dân chúng. Thế lực của các nhà cai trị địa phương lần hồi suy giảm. Câu nói: "Một nước không hai vua, dân không hai chúa" diễn tả quan niệm không phải độc nhất mang chất Nhật bản mà còn minh nhiên nữa, và nó dự đoán chủ nghĩa chuyên chế sau này đặc trưng cho hiến pháp hoàng gia Nhật bản.

Trên một phạm vi rộng hơn, hình như khi quyền ưu tiên của các thủ lãnh bộ tộc được chuyển sang một nguyên thủ quốc gia chấp nhận một nền tôn giáo đại đồng, đã nổi lên xu hướng cho rằng vị nguyên thủ phải được coi như là sự thị hiện của một nhân vật thần linh. Như thế trong trường hợp Thánh Đức đã nổi lên một huyền thoại, về sau được truyền tụng sang Trung hoa, theo đó ngài là hậu thân của Huệ Tư (Eshi, 515-577), một Thiền sư và tổ thứ hai của Thiên thai tông Trung hoa. Phổ thông hơn là tin tưởng cho rằng ngài là hóa thân của Bồ Tát Quán Thế Âm (Avalokitesvara), ở Nhật thường được gọi là Kannon. Tin tưởng này khoác hình thức văn chương trong một bài thơ được viết khoảng vài thế kỷ sau do Thân Loan (1173-1262), khai tổ của Tịnh độ Chân tông (Jodo Shinshu):

Bồ tát Quán Thế Âm

Hiện thân làm Thánh Đức Thái Tử

Ngài nhân từ, một người cha đối với ta

Và với chúng ta cùng đi như một bà mẹ vậy.

Tương tợ như thế, Quốc Vương Song-tsan Gampo cũng được tôn thờ tại Tây tạng như là một trong những hóa thân của Đức Quán Thế Âm Bồ Tát. Tuy nhiên, đối với Ấn độ và Trung hoa, không thấy có những trường hợp tương đương trong các huyền thoại nói về A-dục cũng như trong các ký lục dành cho Văn đế. Còn đối với các nhà cai trị Tây phương, sự phát khởi của những huyền thoại kiểu đó dĩ nhiên bị cấm đoán bởi các giáo điều của Thiên chúa giáo.

Vậy thì, tại sao giữa những quốc gia được đề cập, một huyền thoại theo loại này chỉ xuất hiện tại Nhật bản và Tây tạng mà thôi? Có thể ước đoán rằng sự nảy sinh một huyền thoại kiểu đó trong hai xứ này có những liên hệ với uy thế tương đối cao được gán cho các nguyên thủ, và với sự kiện rằng Phật giáo trước tiên chỉ phát triển tại đó khi phối hợp với uy thế thống trị. Ở Tây tạng, uy thế đạo và đời đi đôi; còn ở Nhật bản, uy thế đạo cũng như đời được gán cho Thánh Đức thậm chí ngày nay vẫn chưa bị phai mờ. Trong trường hợp Nhật bản có thể nói một cách tổng quát hơn, theo đó thì sự kiện một huyền thoại loại này được khơi dậy nó là căn bản cho việc lãnh hội chính xác về phong thái tư tưởng của Nhật bản.

3.
VĂN HÓA
VÀ
NHỮNG CHÍNH SÁCH
NHÂN ĐẠO

Các nhà Á châu cai trị các quốc gia đại đồng, với khát vọng thể hiện những định luật phổ quát qua trung gian các biện pháp chính trị thích ứng theo hoàn cảnh riêng biệt của họ, đã được ban cho đặc ân có những giao thiệp trên mức quốc tế. Trong thời Thánh Đức, những liên hệ giữa

Nhật bản và Cao ly tương đối khá rầm rộ. Thánh Đức gởi các sứ giả sang Cao ly và mời Cao ly sang Nhật bản, có nhiều cuộc kết hôn và trở thành những công dân kiều ngụ. Hai học giả Cao ly, Eji (Huệ Từ) và Esô được nói là những vị sư phó của Thánh Đức về Phật Học. Những liên hệ giữa Nhật bản và Trung hoa cũng được duy trì, các sứ giả được trao đổi từ thời này đến thời khác.

Để quảng bá nền tôn giáo đại đồng mà họ chấp nhận, những nhà cai trị này thực hiện nhiều bước: (1) họ xây nhiều đền đài và tự viện, (2) họ cho phép những người thỉnh nguyện được làm tăng và bảo vệ các tăng và ni về mặt chính trị, kinh tế, (3) họ cấp phát đất đai cho chùa chiền, tự viện, và (4) họ thỉnh các kinh và tượng từ những nước khác. Thánh Đức dấn thân trong hết thảy các hoạt động này. Ngoài việc thiết lập rất nhiều tự viện, vào năm 607 Ngài xây chùa Pháp Long (Horyù-ji), nay là kiến trúc bằng gỗ xưa nhất trong thế giới. Kể từ thời đó, dưới sự bảo trợ của hoàng gia, Phật giáo bắt đầu phát huy ở Nhật bản.

Hoạt động văn học của Thánh Đức cũng khá quan trọng, và ngài có vẻ rất giỏi về kinh truyện Trung hoa. Thể theo yêu cầu của Hoàng hậu, ngài giảng ba bộ kinh Đại thừa bằng chữ Hán, và sau này viết các bản chú sớ cho chúng. Trong số các tác phẩm cổ điển của Nhật bản, những bản chú sớ này là những tác phẩm tối cổ còn hiện hành. Rất dễ thấy qua tầm quan trọng của sự kiện theo đó các tác phẩm cổ điển xưa nhất còn lưu hành của văn học Nhật bản lại là những bản sớ giải về kinh Phật, được phát triển bởi một người đã từng là nhà cai trị của Nhật bản, cai trị thực tế chứ không phải chỉ danh nghĩa. Nếu đối chiếu với sự bành trướng của Thiên chúa giáo ở Tây phương, hay Phật giáo trong vùng Nam Á châu, sự phát triển này hình như biệt lập không có trường hợp tương đương. Sự kiện Thánh Đức đích thân quảng bá Phật giáo và sự kiện ngài rất uyên bác, những sự kiện đó nhất định đúng, và trong phương diện đó người ta có thể tìm thấy rất nhiều trường hợp tương đồng, nhưng cái cảnh một nhà cai trị thường giảng luận các kinh điển thì quả là vô song, chẳng hạn, lịch sử của Thiên chúa giáo trong đế quốc La mã không hề có. Mặc dù rõ ràng là Thánh Đức tự coi mình như có quyền giảng kinh, nhưng tinh thần tự tôn kiểu này đã không từng xảy ra tương tợ trong thế giới Tây phương, ở đó những bài pháp hay những bài giảng tôn giáo thường chỉ dành cho các hàng tu sĩ. Tại vùng Nam Á châu, sự phát triển như thế lại càng hiếm có, ở đây các nhà vua có thông lệ tôn thờ các nhà sư với cử chỉ hết sức cung kính, nhưng các nhà sư thì cứ ngồi yên không một chút đáp lễ. Một số lớn các tác phẩm Phật giáo được soạn tại xứ Ấn thời cổ, nhưng trong bộ loại này không có tác phẩm thẩm quyền nào do một nhà vua viết mà còn lưu truyền đến nay. Sự thực thì một số tương đối ít các sách vở của Phật giáo được các cư sĩ viết. Nhưng ở Nhật bản, nhà cai trị cư sĩ Thánh Đức không phải chỉ viết những quyển sách mang tính chất chuyên môn đạo giáo, nhưng những tác phẩm này đã được gìn giữ và vẫn còn gây ảnh hưởng quan trọng cả đến ngày nay. Hình như đúng ra công việc một hoàng đế giảng thuyết về kinh Phật từ Trung hoa đã được truyền sang trình tự Nhật bản, nhưng trong khi những bài giảng như thế ít có hiệu quả ở Trung hoa, thì những luận giải của Thánh Đức, khai triển từ các bài giảng của ngài, đã có tầm mức quan trọng quyết liệt cho Phật giáo Nhật bản. Một số các học giả, tin rằng, cũng như trường hợp Ước pháp, ba bản chú sớ của Thánh Đức là ngụy tạo. Dù cho các giả thuyết có chứng tỏ đúng, thì sự kiện về sau chúng được gán cho Thánh Đức là điều không thể chối cãi. Sự gán ghép đó không chỉ là đọc sai chứng cớ hiển nhiên của lịch sử. Nó ám chỉ và biểu trưng cho trường hợp theo đó những tôn giáo nào mà đã phát huy tại Nhật bản đều cũng làm như thế, chỉ cốt tự móc nối với uy thế của hoàng gia.

Khát vọng muốn thể hiện những giáo thuyết của một nền tôn giáo đại đồng trong lãnh vực chính trị đã khiến cho các nguyên thủ của các quốc gia đại đồng đối xử với dân chúng bằng tình cảm và nhân từ. Như thế Thánh Đức bày tỏ mối bận tâm của ngài đối với dân chúng bằng những lời lẽ rõ ràng thoát thai từ các khái niệm của Phật giáo:

"Bởi vì chứng bệnh mê hoặc giữa dân chúng vốn vô tận, nên các Bồ tát thực hiện những phương tiện nhân từ cũng vô tận... hạng dân chúng nào ít may mắn hơn kẻ khác, chúng ta dạy cho họ thực hành những việc phước thiện, tức những hành vi phù hợp với các nguyên tắc của Phật giáo... Những lễ nghi đạo đức là những điều có thể cứu tế dân chúng khỏi sự bần cùng và thống khổ, cho nên chư Phật cứu vớt chúng sinh tùy theo căn cơ của chúng bằng Bốn Nhiếp Pháp, Bốn Vô Lượng Tâm, và Sáu Ba La Mật".

Ước pháp của ngài, như đã được khảo sát, nhấn mạnh trên sự an lạc của dân chúng: hoan hỷ với con dân trong những nguyện vọng hợp pháp của chúng, ghét bỏ những kẻ "bất trung, bất nhân với dân", và để củng cố uy quyền của Triều đình trung ương, có lệnh cấm các quan lại địa phương trưng thuế dân chúng. Do đó, có thể nghĩ ra rằng ở đây dân chúng giữ một vai trò quan trọng trong ý thức của giai cấp thống trị. Vai trò đó không được phép khuếch đại, nhưng cũng không được phép bỏ quên. Chính vì nó đã tiếp tục gây ảnh hưởng trong lịch sử sau này, nên có thể nghĩ đó là khởi điểm của một chiều hướng tương tợ y như sự phát triển lần hồi của chế độ dân chủ.

Cũng nên ghi nhận rằng những nhà cai trị này ở Á châu, họ công nhiên tín ngưỡng một nền tôn giáo đại đồng, đã tham gia các hoạt động nhân đạo dựa trên một tinh thần nhân ái. Chẳng hạn, Thánh Đức xây chùa Thiên Vương (Shitemô-ji) vào năm 587 tại thành phố nay là Osaka (Đại bản), và ngôi chùa này nổi tiếng như là một sáng kiến để cứu tế sự khổ đau. Chùa được đặt trong bốn bộ phận chính: *Kính điển viện* (Keiden-in), là bản đường, căn nhà lớn trung ương, dành cho việc tu tập Phật pháp và các mục đích thẩm mỹ cũng như bác học; *Bi Điền viện* (Keiden-in), gian nhà dành cho người nghèo đến nhận cứu tế; *Liệu bệnh viện* (Ryōbyō-in), một bệnh viện hay một dưỡng đường dành cho các bệnh nhân đến chữa trị miễn phí; và *Thí dược viện* (Seyaku-in), một phòng thuốc nơi đó sưu tầm, bào chế và ban phát miễn phí các loại dược thảo. Không rõ ngài có xây một bệnh viện cho thú vật ở đây hay không, nhưng xét danh hiệu, *Kính điền viện* (Keiden-in) - có nghĩa là "Viện đặt trên sự kính trọng chúng sinh - có mục đích mang hạnh phúc và an lạc đến cho hết thảy chúng sinh, loài người cũng như loài vật. Thêm nữa, theo *Nhật bản kỷ* (Nihongi), Thánh Đức và một số phần tử khác thuộc hoàng tộc cũng như các quan lại của triều đình thường bỏ ra một số ngày cố định để đi sưu tầm các thứ dược thảo; và Triều đình của ngài được coi như đã chứng tỏ đặc biệt chăm sóc hạng cô quả, bần cùng, và già yếu. Chính Thái tử, theo một huyền thoại kể, đã mang cả y phục và ẩm thực của riêng mình cho một người đói rách khi ngài đi lên đồi Phiến khâu (Kataoka). Do đó, hình như rõ ràng Thánh Đức chấp nhận Phật giáo làm nền tảng phổ quát cho một quốc gia tập quyền Nhật bản, và sự kiện đó đã có những hậu quả quan trọng không chỉ riêng cho sự bành trướng của Phật giáo tại Nhật bản, mà còn cho cả an ninh xã hội và chính trị của dân chúng Nhật bản.

4.
TƯ TƯỞNG TRIẾT HỌC

Phải căn cứ vào các sớ giải của Thánh Đức về ba bộ kinh như đã đề cập ở trên, mới có thể trình bày đầy đủ nhất về tư tưởng triết học của ngài. Do đó, chúng tôi đề nghị nên nhận xét một mớ những khái niệm quan trọng về mặt triết lý coi như chúng sẽ xuất hiện khi phân tích những bản sớ giải đó.

Biện chứng:

Nhận định về phương thức biện luận của Thánh Đức trong các sớ giải của mình, ngài thường sử dụng phương thức suy luận biện chứng. Chẳng hạn, chúng ta thấy ngài nói:

"Pháp chân thật của tất cả vạn hữu vốn là Không. Do đó, chúng được nói là bất hữu. Hữu đã không phải là hữu thì sao vô lại có thể là vô? Do đó, cũng nói là bất vô...

Ý nghĩa của hữu và vô là vô định. Tuy nhiên cả hai đều phát sinh do nhân duyên".

Trong trường hợp này, lý luận của ngài có tính cách biện chứng nói theo nghĩa một quan điểm được đưa ra để phi bác một quan điểm khác, cả hai cùng nằm trong quan hệ của một khẳng định căn bản hơn.

Một kiểu mẫu biện chứng hơi khác diễn ra khi ngài bàn về kinh *Duy-ma* (Yuima):

"Khi một người được thọ ký sẽ thành đạo: thành trong một đời trước, hay thành trong một đời sau, hay thành trong đời hiện tại? Nếu thành trong đời quá khứ, thì phải biết rằng đời quá khứ đã đi qua. Do đó không có nguyên do nào chứng tỏ là thành đạo. Nếu nói thành trong một đời tương lai, nên biết rằng đời tương lai thì chưa đến. Như thế cũng không có nguyên do chứng tỏ là có thành đạo. Còn nói thành trong đời sống hiện tại, nên biết rằng đời hiện tại trôi chảy không ngừng, không đình trụ. Do đó, ngay đây cũng không có nguyên do nào chứng tỏ là có thành đạo".

Chủ đích của chuỗi luận chứng này cốt làm sáng tỏ điểm nói rằng các chúng sinh đã có sẵn phẩm tính để thành đạo, và khỏi cần phải được Phật hay Bồ-tát thọ ký. Loại biện chứng này, phân phối những quan điểm bất xác ngang qua quá trình giảm trừ bội lý mà không cần đến xác ngôn minh thị hay sự phát hiện của một đối đề tích cực, nó cũng được sử dụng do ngài Long Thọ (Nāgārjuna, Nh. Ryūju, sống khoảng 150-250) là một trong những triết gia quan trọng nhất của Phật giáo Đại thừa, và cũng tương tự với loại biện chứng của Zeno.

Thuyết Nhân Quả:

Thánh Đức đề ra một lý thuyết độc nhất về nhân quả. Theo quan niệm của ngài, những mối tương quan giữa nhân và quả có bốn loại:

Có bốn loại quan hệ nhân quả. Thứ nhất là đồng tính *tương sinh*. Trong trường hợp này, một nhân sinh ra một quả cùng với tính chất của nó. Thí dụ, người trước kia tu trực tâm sau này không thành ra loại siểm khúc mà chỉ thành loại trực tâm. Thứ hai, *dị loại tương sinh*, một nhân có thể đưa đến một kết quả không cùng một loại với nó. Thí dụ, một hành vi thiện dẫn tới hạnh phúc và một hành vi bất thiện dẫn tới đau khổ. Thiện và bất thiện là những khái niệm đạo đức, còn hạnh phúc và đau khổ là những cảm thọ. Thứ ba, *tương tư nhân*, một nhân có thể nằm trong tương quan tương trợ với một quả. Thí dụ, bố thí y phục, ẩm thực, v.v... cho những người túng thiếu có thể làm nguyên nhân tương trợ do quan hệ đó mà sự trì giới là một kết quả. Nhân trước không đồng loại cũng không dị loại trong quan hệ với quả nhưng hỗ trợ để đưa đến hiệu quả. Thứ tư, *tương tự nhân*, nhân và quả có thể coi như tương tợ. Trong trường hợp này, một trong số những nguyên nhân dị loại được tách riêng ra làm nguyên nhân chính. Thí dụ không sát hại có thể đưa đến kết quả trường thọ.

Khái niệm về quan hệ nhân quả này hoàn toàn khác với quan điểm thường được nêu lên theo truyền thống trong lịch sử trường kỳ của triết học Phật giáo tại các xứ Á châu. Quả tình nó khác với lối trình bày của Aristotle biết bao!

Tuyệt đối thể:

Như thường được trình bày trong Đại thừa Phật giáo, Thánh Đức Thái Tử cũng nhắm tới tuyệt đối thể coi đó là Tánh Không (śūnyatā); và theo tư tưởng của kinh *Duy-ma* (Yuima), ngài gọi nó là "bất nhị", vì lẽ rằng Tánh Không không phải hữu thể hay vô thể.

Tri kiến của Bồ-tát rọi sâu vào các pháp, nhưng ngài không bao giờ để lạc mất Tánh Không; do an trụ trong Tánh Không ngài thành tựu tất cả các công hạnh. Đối với ngài Tánh Không tức các pháp, các pháp tức Tánh Không. Ngài không thiên lệch về phía hữu hay phía vô, nhưng dung thông cả hai trong bất nhị (advayali).

Đây là căn nguyên hiện khởi của trí tuệ nhìn thấu suốt.

Đối tượng của trí tuệ nhìn thấu suốt (jñeya: sở tri), nói theo chữ Hán, là Thực Huệ Vi Mẫu, lấy đệ nhất nghĩa đế (paramārtha-satya) làm đối tượng. Tánh Không là căn nguyên hiện khởi của Thực Huệ; do đó, Thực Huệ được gọi là Mẹ. Vì Tánh Không vốn vô tác, nên Thực Huệ phát sinh từ đó là vô phược... Thực Huệ đó bao trùm hết thảy các đối tượng; đồng thời chiếu sáng hết thảy các pháp sai biệt nó bao trùm hết thảy các đối tượng.

Thánh Đức Thái Tử thừa hưởng quan niệm về đức Phật thường trụ từ kinh *Pháp hoa*. Kinh *Pháp hoa* của Đại thừa đưa ra một tin tưởng phổ thông theo đó Phật đản sinh tại Ca-tỳ-la-vệ, thành đạo, thuyết pháp và Niết bàn tại Câu-thi-na. Nhưng, sự tích Phật sinh thân với cuộc giáng sinh, sinh hoạt, thuyết pháp và Niết bàn của ngài chỉ là giả thiết được thị hiện để rao giảng giáo pháp của ngài. Chân thân của giáo pháp ngài là thể tánh thường trụ. Đại thừa thay thế đức Phật lịch sử bằng đức Phật thường trụ. Theo tông chỉ này, hiện hữu của đức Phật trong hình thức trần gian không phải là thể cách chân thật và đích thực của ngài. Trong kinh *Pháp hoa*, Phật dành một đoạn nói về chủ điểm này:

"Trong vô lượng vô số kiếp xa xưa, Ta đã chứng đắc vô thượng chính giác và không ngừng giảng thuyết chính pháp.

Ta thị hiện đi vào diệt độ. Ta khai thị cho hết thảy chúng sinh phương tiện giác ngộ, thế nhưng Ta không đi vào diệt độ lúc đó. Nơi này Ta vẫn tiếp tục tuyên thuyết chính pháp.

Ở đây Ta tự điều phục và điều phục hết thảy chúng sinh. Nhưng những người có tâm hạ liệt, trong sự mê hoặc của chúng, không thấy được là Ta đang đứng gần.

Vì tin tưởng rằng thân Ta hoàn toàn diệt độ, chúng dùng mọi phương tiện để cầu nguyện xá lợi của Ta, nhưng chúng không thấy Ta.

Nhưng Ta không hoàn toàn diệt độ mà đó chỉ là một sự quyền biến của Ta. Ta vẫn không ngừng giáng sinh trong thế giới của chúng sinh.

Đó là quyền lực tối thắng của trí tuệ vô biên của Ta, và tuổi thọ của Ta lâu dài như thời gian không cùng tận".

Ở đây chúng ta thấy có một chuyển hướng của Đông phương về chủ nghĩa Tín đạo (Docetism). Các bài kệ trên đây được phái Nhật liên tông (Nichiren) Nhật bản tuân thủ coi như biểu trưng cho giáo pháp tối thượng và tinh yếu của Phật giáo. Nhưng không giống như chủ nghĩa Tín đạo (Docetism) và Tri đạo (Gnostics) của Thiên chúa giáo, đức Phật thường trụ trong Đại thừa thường xuyên thị hiện hóa thân để cứu vớt những người khổ não.

Tại Trung hoa và Nhật bản, vấn đề Thượng đế có phải là hóa công của trời đất hay không không được thảo luận nghiêm nhặt cho lắm. Đường hướng tư tưởng đó cũng được Thánh Đức Thái Tử chấp nhận, tuy nhiên, ngài đã cố thay đổi quan niệm cổ truyền về Pháp Thân (dharmakāya) của Phật.

Trong triết lý Đại thừa Phật giáo, thân bản thể được coi như bất diệt, trụ ngoài lãnh vực hiện tượng giới. Nhưng Thánh Đức Thái Tử cho rằng thân đó ở trong lãnh vực hiện tượng giới.

Khi tính thể của Phật ẩn thì gọi là Như Lai Tạng (tathāgata- garbha). Khi tính thể đó hiện thì gọi là Pháp thân (dharma-kāya). Ẩn và hiện quả thực khác nhau, nhưng trong nhất thể chân thật của chúng, cả hai tự thể vốn không sai biệt. Đừng đi tìm tuyệt đối thể trong lãnh vực siêu việt.

Pháp thân thường trụ là Phật bảo. Thân đà biểu hiện làm qui tắc cho mọi vật, nên cũng là Pháp bảo. Cũng vậy, pháp thân đó hòa hiệp với các lý tắc của mọi hành động, nên cũng là Tăng bảo.

Trong Phật giáo Ấn độ và Trung hoa, người ta thường nói pháp thân của Phật vượt ngoài phân biệt thiện và ác. Nhưng ở đây duy chỉ có thiện là được gán vào pháp thân.

Pháp thân của Phật là hạt giống làm nảy sinh tất cả mọi loại thiện.

Cảnh giới của Phật tràn đầy tất cả các loại công đức. Pháp thân là tính thể của tất cả mọi công đức. Phật lúc nào cũng ở mặt thiện.

Nếu chư Phật hộ trì chúng ta luôn luôn trong quá khứ, trong vị lai và trong hiện tại, thì việc hành thiện không bị gián đoạn.

Căn cơ của hiện hữu con người được gọi là "Như Lai tạng (tathāgata-garbha). Theo triết lý truyền thống về Tánh Không của Đại thừa, kinh *Thắng Man* (Shoman) định nghĩa nó là "không sinh khởi và không hoạt diệt". Đối với Thánh Đức Thái Tử, "không sinh khởi" và "không hoạt diệt" chỉ cho "đời sống liên tục của thần hồn trong thế giới này". Từ phủ định toàn diện đó, về sinh khởi hay sáng hóa và hoại diệt hay tiêu hủy, khởi lên ý niệm về Như Lai tạng. Nó là một kho tàng của tất cả hiện tượng biến thiên, mà trong thực tế, được chứa đựng trong kho tàng của đấng Viên Mãn hay Phật. Thần hồn luân chuyển tiếp tục hiện hữu không tiêu diệt, được bao hàm trong kho tàng của đấng Viên Mãn đó, và đó là căn cơ của hiện hữu con người không chỉ sau khi con người đã thoát ly mọi ô nhiễm, nhưng ngay cả lúc con người đang còn trong vòng ô nhiễm,

Thánh Đức Thái Tử phân biệt một đẳng là *bản* (hoa) (nguồn gốc, căn nguyên) và một đẳng là *tích* (shaku) (ngoại hiện, biểu hiện). Chỉ những gì có căn nguyên bản hữu của nó (khởi thủy) mới có thể tự hiển hiện trong hiện tượng. Và những gì không tự hiển hiện trong hiện tượng thì không thể làm hiển lộ căn nguyên bản hữu của nó.

Niết-bàn không nằm trong cảnh giới tĩnh lặng và tàng ẩn, mà ở trong đời sống hiện thực của thực hành. "Vô dư Niết bàn bao gồm vô lượng diệt và đạo". Trong triết lý cựu truyền của Phật giáo, Niết bàn toàn triệt hay vô dư (nirupadhi-sesa-nirvāna) được coi như là sự diệt tận toàn triệt của bản ngã, nhưng Thánh Đức Thái Tử cố khám phá nó trong quá trình tu đạo. Nói cách khác, tiêu chuẩn lý tưởng của con người là thể nhập làm một với chân lý cứu cánh ngay trong đời sống thường nhật. Thánh Đức nhấn mạnh *nhất bản* của ngày hôm nay, nghĩa là nhất thể trong hiện hữu vô thường. Chân lý được thác thân trong những vật hiện sống họ chấp nhận lý tưởng của Duy-ma hay Thắng Man.

Duy-ma là một đại thánh triết đã đạt tới cao vị của các Giác ngộ viên mãn. Nói chí lý, thì nhân cách của ngài hiệp nhất với Chân lý Cứu cánh hay Như Lai (tathatā). Nhưng bề ngoài, thể cách của ngài hiệp nhất với tất cả mọi hiện hữu sai biệt.

Về công đức ngài siêu quá các hàng thánh triết. Ngài vượt ngoài những giới hạn ràng buộc nhân sinh... Tâm ngài không bị câu thúc bởi các nghiệp vụ của gia đình; nhưng được thúc đẩy bởi lòng từ không gián đoạn, ngài làm lợi ích cho kẻ khác. Ngài hiện thân sống đời sống của một vị trưởng giả trong thành Ti-da-ly (Vaiśāli).

Cõi Đời này:

Đường lối suy tư theo chủ trương duy tượng cho rằng bản thân thực tại vốn là phù du và lưu động, đường lối đó từ ngàn xưa đã hiện rõ nơi người Nhật. Tư tưởng theo đường lối phù du và lưu động đó có thể so sánh với khuynh hướng tư tưởng chú trọng những quan hệ bổn phận của nhân sinh, cũng là một phong cách tư duy khác từ nghìn xưa đã hiện rõ nơi người Nhật. Hai yếu tố này được phối hợp để đặt trọng tâm trên những hoạt động ngay trong một quan hệ bổn phận cụ thể của nhân sinh.

Ai cũng biết rằng Thần đạo cổ sơ được buộc ràng chặt chẽ với những nghi tiết nông vụ ở nông thôn, và các thần linh của Thần đạo (Shinto) được biểu tượng như là những thần linh của sinh sản, cho đến ngày nay vẫn vậy.

Khi giao tiếp với các nền văn hóa ngoại lai và làm quen với các nền đạo giáo của Trung hoa, người Nhật đã đặc biệt chấp nhận và thâu hóa Nho giáo, dạy con đường xử sự giữa vòng quan họ bổn phận cụ thể của nhân sinh. Tư tưởng của Lão tử và Trang tử thiên hướng về một đời sống ẩn dật trong đó người ta thoát ly những quan hệ bổn phận nhân sinh và tìm kiếm cái thanh tĩnh trong nỗi cô liêu cho riêng mình. Nhưng phong cách của người Nhật không hẳn là như thế. Trái lại, Khổng giáo cốt yếu là một học thuyết mà tính cách trần gian của nó khiến cho đôi khi khó mà gọi là một tôn giáo. Trên nguyên tắc, nó xác định những qui tắc hành xử theo một hệ thống quan hệ nhân sinh. Về phương diện này, Nho giáo không xung đột với những mô thức tư tưởng Nhật bản đang hiện hành trong thời nó du nhập.

Tuy nhiên, trong trường hợp Phật giáo, một số vấn đề đã nảy ra. Phật giáo tự tuyên bố nó là một giáo thuyết xuất thế gian. Theo triết học Phật giáo, sau khi vượt khỏi thế gian này người ta tới cõi xuất thế gian thực thụ. Những khuôn mặt then chốt trong chúng đệ tử Phật toàn là tăng ni, họ không những chỉ thoát ly gia đình mà còn thoát ly mọi bổn phận nhân sinh. Họ không khứng chịu khép mình trong những hoạt động kinh tế. Hình như trong đời đó đã có một vài lý do xã hội đòi hỏi một số lớn dân chúng trở thành tăng lữ.

Những sắc thái phong thổ của Nhật bản, khác xa với Ấn độ, đòi hỏi mọi người phải phục vụ đồng bào của mình trong một bộ phận quan hệ nhân sinh. Tông chỉ của Phật giáo nguyên thủy, cùng với Phật giáo bảo thủ cổ truyền thừa kế những giáo thuyết nguyên thủy, bị khinh miệt và bị loại bỏ dưới danh hiệu Tiểu thừa, và Đại thừa Phật giáo đặc biệt được tán thưởng và được chấp nhận. Phật giáo Đại thừa là một nền tôn giáo phổ thông xuất hiện trong kỷ nguyên Thiên chúa, và một số các tông phái của Đại thừa Phật giáo, nếu không nói là tất cả, chủ trương chân lý tuyệt đối hàm tàng ngay *trong đời sống thế tục*. Khi chấp nhận Phật giáo, người Nhật đặc biệt chọn ngành nào hợp với bản chất đó. Và ngay dù khi chấp nhận những học thuyết nguyên lai tránh né bản chất theo loại đó, họ tự do đặt bản chất đó vào những tông chỉ đó. Câu nói tiêu biểu: "Nhật bản là đất dụng võ của Phật giáo Đại thừa", có thể coi như là chỉ dành cho những sự kiện cơ bản ấy.

Thái độ chấp nhận Phật giáo được chứng tỏ rõ rệt trong trường hợp của Thánh Đức Thái Tử. Những chú sớ của ngài về ba bộ Kinh là "kinh *Thắng Man*", "kinh *Duy-ma*" và "kinh *Pháp hoa*". Sự chọn lựa ba bộ kinh này rút ra từ đống kinh Phật hoàn toàn dựa trên đường lối tư tưởng của Nhật. Kinh *Thắng Man sư tử hống* (Śrimāladevisimhānanada-sūtra) là do Thắng Man phu nhân diễn thuyết dưới sự chứng minh của Phật. Thắng Man phu nhân (Śrimāla: Tràng hoa Tối thắng) là hoàng hậu và là một tục gia đệ tử. Kinh *Duy-ma-cật sở thuyết* (Vimalakirtinirdesa-sūtra) được kết cấu theo hình thức một vở kịch, trong đó Duy-ma-cật (Vimala: Tịnh Danh), một tục gia đệ tử, giảng pháp cho các *tăng lữ*, là một trường hợp trái ngược thói thường. Đó là ý chí chứng đạo ngay trong đời sống thế tục. Theo kinh *Diệu pháp Liên hoa* (Saddharma-pundarika-sūtra), tất cả các hạng tục gia nếu tuân hành trung thực bất cứ giáo pháp nào của Phật sẽ có ngày được giải thoát. Chính Hoàng Thái Tử vẫn suốt đời là một tục gia đệ tử. Người ta nói ngài tự gọi mình là "Phật tử Thắng Man". Chủ ý của Thánh Đức Thái Tử là nhấn mạnh tính cách thiết yếu phải thể hiện những lý tưởng của Phật giáo ngay trong những cảnh ngộ cụ thể của nhân sinh.

Suốt trong các "Chú sớ", Thánh Đức đi tìm ý nghĩa tuyệt đối ngay trong mỗi hành vi thực tiễn của đời sống thường nhật. Ngài quả quyết: "Thực tại chỉ là chuỗi hiện hành nhân quả của hôm nay". Lối diễn tả như thế cũng đồng với tông chỉ của các tông Thiên thai và Hoa nghiêm, nhưng đặt chữ "của hôm nay" tạo cho nó có tính chất Nhật bản rõ rệt. Vì nó gán cho hành động tầm quan trọng lớn lao, với những ai đã từng phản tỉnh theo Phật pháp, thế giới của những bất tịnh và thống khổ này chính là một nơi phước lạc. "Vì Ta muốn khai ngộ cho loài người, Ta coi sống và chết như một mảnh vườn. Trong quan điểm của ngài, Niết-bàn là sở chứng đã chứng rồi. "Nếu biết rằng nhiễm ô tự tánh vốn không, và chẳng có gì cần phải dứt bỏ, tức là đã tự mình chứng đắc Niết-bàn rồi. Nếu nghĩ rằng sau khi dứt trừ các ô nhiễm mới có thể bước vào Niết-bàn, tức là đã tạo ra phân biệt chấp trước. Làm sao có thể gọi tình trạng đó là Niết-bàn được?

Có nhiều giảng sư Phật giáo giảng rằng thân người là dơ bẩn và đáng tởm. Theo Thánh Đức thì đó là thái độ sai lầm. "Phải giảng rằng xác thân dễ hư hoại nhưng đừng nói là đáng nhàm bỏ". Các giảng sư Phật giáo của các xứ Á châu giảng rằng người ta phải miệt thị thân xác của mình và hãy sống đời sống của mình như một ẩn sĩ không gia đình. Thánh Đức Thái Tử giảng ngược lại. Thánh Đức chỉ trích lối tu trì xuất thế của các Phật tử bảo thủ. "Các nhà tu Tiểu thừa, chán ghét thế giới mê loạn, lánh vào rừng núi để cần mẫn tu tập thân và tâm... Nếu người ta vẫn còn nghĩ rằng các pháp hiện hữu, và không thể loại bỏ kiến chấp đó, làm thế nào có thể trừ diệt những mê hoặc như thế cho tâm mình, dù ngụ trong rừng núi?"

Những Giá trị Đạo đức:

Thánh Đức Thái Tử tôn trọng những hành động và những hành vi trong thực tiễn, ngài nói về danh hiệu Thắng Man phu nhân: "Đời lấy bảy báu trang nghiêm nhục thân của mình, nhưng bà lấy vạn hạnh để trang nghiêm Pháp thân". Trong triết học cựu thống của Đại thừa, Pháp thân (dharmakaya) được coi như là vô tướng và bất diệt. Tuy nhiên, trái với truyền thống trên lục địa Á châu, Thánh Đức đặt Pháp thân vào những hành động thực tiễn trong thế giới hiện tượng. Được hấp dẫn mãnh liệt bởi lý tưởng này, Thái Tử đồng hóa mình với bà hoàng đạo hạnh, đôi khi tự gọi mình là "Phật tử Thắng Man". Danh hiệu Thánh Đức, cũng được đề cập trong Thắng Man kinh chú sớ của ngài. Danh hiệu được dùng để gọi Thái Tử đó thường được coi như là tên thụy; nhưng cũng có thể những người đồng thời với ngài đã gọi ngài bằng danh hiệu này.

Chính do tích tập các thiện hạnh trong thế giới của sống và chết mà người dần dần được nhận vào hàng Bồ-tát. "Vô số trăm nghìn thiện hạnh cũng đồng dẫn tới thành Phật".

Sự kiện quan trọng là chỗ chí cực của tôn giáo không phải do các thực thể thần linh siêu việt ban tặng cho loài người, nhưng được thể hiện qua lối hành xử thực tiễn ngay giữa liên hệ nhân sinh. "Phật do từ trăm nghìn thiện hạnh mà thiện hành".

Theo Thánh Đức Thái Tử, tất cả các giá trị đạo đức đều dựa trên tâm tánh. "Tâm là căn nguyên của mọi công đức. Tâm nay đã tịnh, làm sao hết thảy các công đức nảy sinh trong tâm lại có thể là bất tịnh?" Hình như Thánh Đức coi công đức cũng như thiện; "sự xuất hiện của thiện và bất thiện tùy theo chính ta, không do từ kẻ khác". Khi tôn sùng lẽ chính trực, Thánh Đức cũng đã nói: "Trực tâm là đầu mối của vạn hạnh".

Thánh Đức đánh giá cao tầm quan trọng của những cá nhân, và trong các bản chú sớ của ngài, chứng lý nơi người được đặt trước chứng lý nơi pháp. Ngài nói, không chỉ phải kính trọng mọi người thông thường mà thôi, bất cứ người có đức hạnh nào cũng phải được coi như là "con của mình".

Trong kinh *Thắng Man*, mà Thánh Đức đã viết một bản chú sớ về kinh này, Thắng Man phu nhân phát nguyện dâng hiến đời mình cho mục đích thành tựu tất cả chúng sanh, nghĩa vụ của bà được trình bày trong Thập Đại Thọ, mười điều đẳng cấp, và Tam Đại Nguyện, ba điều thệ nguyện. Chúng mang đặc tính đạo đức và lợi tha. Hình như Thái Tử coi từ bi hay tình thương, theo nghĩa thuần túy của nó như là giá trị căn bản của nhân sinh. Nhưng từ bi phải siêu việt những quan hệ trần gian. "Bi phải là không ái kiến. Vì nếu có ái kiến, thì hóa đạo trở thành ô nhiễm; rồi sẽ sinh ra nhàm chán sanh tử, và sẽ gặp những chướng ngại khi giáo hóa chúng sanh".

Bố thí kẻ nghèo được khuyến khích. "Phải hết sức thờ kính chư Phật, phải hết sức thương yêu những kẻ xin ăn".

TÔN SÙNG HOẠT ĐỘNG

Đại thừa Phật giáo chú trọng những hành vi lợi tha. Thánh Đức Thái Tử đặc biệt nhấn mạnh chỗ đó và cho rằng chư Phật và Bồ tát có bổn phận phải phục vụ hết thảy chúng sinh. Đó là lý do thỉnh thoảng ngài làm lệch những câu kinh Phật. Thí dụ, lời khuyên trong kinh Pháp hoa nói "luôn luôn ngồi tư duy thiền định" đã được Thánh Đức sửa lại. Ngài viết "Đừng thân cận kẻ nào luôn luôn ngồi tư duy thiền định", tức muốn nói rằng ngồi tư duy bất động cản trở người ta làm những việc thiện.

Luân lý của Phật giáo cũng biến thái. Người Ấn coi việc khất thực như là sự kiện phải tuân thủ nghiêm nhặt, vì đó là một đức hạnh có tầm quan trọng tất yếu đối với những người theo đạo Phật. Trong hầu hết các kinh điển Phật giáo thường ca tụng những người từ bỏ xứ sở, từ bỏ giai cấp, bỏ quyền hành và con cháu, cả đến thân mạng của mình, để hăng hái hy sinh phục vụ cho chúng mình. Một đời sống như thế, khước từ tất cả và không nhận gì cả, đã là lý tưởng của các tu sĩ Ấn độ. Tuy nhiên, nó không thích hợp cho người Nhật có óc thực dụng hơn; do đó, Thánh Đức Thái Tử hạn cuộc ý nghĩa "khất thực" vào việc "từ bỏ những tư hữu chỉ để lại thân mạng mình".

Thánh Đức cho phép có tài sản - Đời sống trong sạch có nghĩa là làm giàu đúng theo pháp, và trong các tác phẩm của ngài người ta còn thấy có cả những dấu vết của chủ nghĩa vụ lợi. Lợi được coi như là nguyên nhân của Niết-bàn. Thái Tử còn đi xa nữa, ngài thay đổi ý nghĩa của nhiều câu trong kinh Phật để làm cho chúng phản ảnh những ưa chuộng vụ lợi của mình. Thí dụ, trong kinh *Duy-ma-cật* có câu: "Tam chuyển pháp luân". Đối với tất cả thế giới Phật giáo, "tam chuyển" theo truyền thống có nghĩa là mỗi Diệu đế trong Tứ Diệu đế phải 1) khai thị, 2) tu tập, và 3) thân chứng. Nhưng Thánh Đức lại cắt nghĩa rằng "trước hết là chỉ thị, thứ hai là khuyến giáo, và thứ ba là *lợi tha*". Theo ngài, lẽ thiện kỳ cùng của pháp Tứ Diệu đế là ích dụng. Nhưng dù giải thích của ngài có chạy quanh trên chỗ thực dụng, nhưng cái lợi mà ngài nhận định không nhất quyết phải được thể hiện theo tính cách vật chất. Nó có thể được dồn vào trong hoạt động xã hội, một khái niệm cho phép chung đúc bản sắc của tư tưởng Nhật bản kể từ thời Thánh Đức và cống hiến quan trọng cho sự trỗi dậy của Nhật bản thành một quốc gia tân tiến quá sớm trong lịch sử hơn bất cứ những nước láng giềng nào của nó ở Á châu.

Về phương diện này, chúng ta phải nhớ rằng người Nhật coi trọng những hoạt động xã hội. Nó là một trong những sắc thái của các lề lối tư duy của Nhật bản và nó có thể đã có dấu vết ngay cả trong tư tưởng của Thánh Đức.

"Chúng ta sẽ thảo luận vấn đề quốc độ. Do những nghiệp cảm (Karma) của chúng, có những tướng trạng sai biệt tịnh hay nhiễm trong mỗi quốc độ tùy theo những đặc tính mỗi nơi, thiện hay bất thiện, của những chúng sinh làm dân cư của chúng. Nhưng thế, một phàm phu thác sinh trong cảnh giới hay quốc độ của riêng mình tùy theo nghiệp của mình. Nhưng một bậc thánh giao thiệp trọn vẹn với trong lý cứu cánh (tathatā) trong sự giác ngộ của mình, và vĩnh viễn vượt ngoài sự phân biệt của những danh và tưởng, không liên hệ gì đến cái này hay cái kia, thủ hay xả. Nhưng cách của ngài hiệp nhất với đại không (siêu việt), và tâm ngài rải khắp cùng cả vũ trụ. Vậy, ngài phải hạn định những sắc tướng của mình như thế nào? Phải hiện thân vào một cảnh giới đặc biệt như thế nào? Vì luôn luôn được thúc dục bởi lòng bi mẫn bao la, ngài giáo hóa mỗi chúng sinh tùy theo căn tánh mỗi người, và hoạt động trong mọi cảnh giới có chúng sinh. Do đó kinh nói: Bồ-tát lấy tất cả chúng sinh làm quốc độ của Phật.

Áp dụng cho nền chính trị hiện thực, điều đó có nghĩa, nhà cai trị lý tưởng, là hiện thân những đức tính của Bồ-tát (Phật sẽ thành), phải vượt ra ngoài tất cả mọi dị biệt về khuynh hướng và quyền lợi của dân chúng, nhưng vẫn lo lắng đến, không phải vì những quyền lợi cá nhân của chúng mà vì an ninh cùng đích của chúng trong tình thân hữu và giao cảm tinh thần. Nhà cai trị lãnh đạo dân chúng bằng những mục tiêu lý tưởng của mình và dân chúng tuân theo ông do nhận chân rằng những mục tiêu cao cả của ông phát xuất từ Chân lý

Cứu cánh. Những giá trị tinh thần có thể được thể hiện trong quốc gia chỉ bằng vào sự hiểu rõ chính nghĩa cao cả nhất.

Khoan dung:

Khoan dung là một sắc thái trong tư tưởng của Thánh Đức Thái Tử. Ngài đã không cấm đoán và áp bức Thần Đạo, vốn là tín ngưỡng bản xứ của chủng tộc chúng tôi. Nền tôn giáo cổ sơ này được đặt trong môi trường hành động riêng biệt của nó và tồn tại dưới sự lãnh đạo của Phật giáo. Và sự kiện này là do đặc tính căn bản của Phật giáo. Xét kỹ thái độ đó, chúng ta có thể hiểu tại sao một Sắc lệnh như thế này được công bố dưới triều Thánh Đức Thái Tử (607): "Trong triều của ta, tại sao chúng ta lại lãng quên công việc tế tự các thần linh Thần đạo. Tất cả các quan lại của ta phải thành tâm cúng tế các ngài".

Căn bản hợp lý cho một tinh thần khoan dung và dung hợp như thế phải tìm nơi khuynh hướng được thấy rõ ở người Nhật, là khuynh hướng nhận thức ý nghĩa tuyệt đối trong hiện tượng giới. Nó dẫn tới chỗ chấp nhận lẽ đương nhiên của bất cứ quan điểm của ai, và kết thúc với phán đoán về bất cứ quan điểm nào bằng một tinh thần khoan dung và dung hợp.

Như thế thì có thể nói không lầm rằng tinh thần của Thánh Đức Thái Tử rất là khoan dung và độ lượng.

Trên đại thể, đã có một khuynh hướng minh nhiên của một tinh thần khoan dung và dung hợp như thế ở Nhật bản. Nó cũng là do lề lối tư tưởng nhận chân ý nghĩa tuyệt đối trong mọi vật thuộc hiện tượng giới.

Một lề lối tư tưởng như thế đã xuất hiện từ những ngày đầu tiên Phật giáo mới truyền vào Nhật bản. Theo Thánh Đức Thái Tử, kinh *Pháp hoa*, được cho là nêu rõ cùng đích của Phật giáo, rao giảng tông chỉ Nhất Thừa và chủ trương lý thuyết nói "bất cứ một việc thiện nào trong hằng nghìn việc thiện cũng dẫn tới Giác ngộ". Theo Thái Tử, kẻ thánh và người tu không khác nhau chút nào hết. Mỗi người đều cũng là con của Phật như nhau cả. Thánh Đức Thái Tử coi giáo thuyết đạo đức thế tục là những cánh cửa sơ bộ dẫn vào Phật giáo.

Ngài nói: "Cho đến hạng tà sư cũng là thầy của các người". Ngoại đạo và tà sư cũng được khoan dung. Trong con mắt của Thánh Đức Thái Tử, không có tà giáo.

Ngài dùng những thành ngữ "ngoại đạo", "tà giáo", nhưng những thành ngữ này được vay mượn từ thuật ngữ cựu truyền của Ấn độ. Ngài không dùng chúng để chỉ cho các học thuyết của Lão tử, Trang tử hay Khổng giáo. Sự giải thích của ngài về Phật giáo được đặc trưng bởi bản tánh bao dung của nó. Chỉ do xét kỹ tới một bối cảnh triết lý như thế, người ta mới có thể hiểu rõ quan điểm đạo đức của Thái Tử khi ngài nói: "Phải tôn trọng hòa hiệp". Chắc chắn nhờ tinh thần đó mà nước Nhật có thể nổi lên thành một quốc gia thống nhất văn hóa.

Lập trường triết học của Thánh Đức Thái Tử được trình bày bằng những lối diễn tả như: "Nhất Đại thừa" hay "Duy Nhất Đại thừa" được coi như bắt nguồn từ kinh *Pháp hoa*.

Khi chúng ta so sánh sự kiện này với Tây phương, chúng ta thấy có một dị biệt căn bản. Thiên chúa giáo bành trướng lần hồi mặc dù có nhiều cuộc đàn áp. Cuối cùng tự do tín ngưỡng được đảm bảo do Hoàng đế Constantine qua sắc lệnh Milan vào năm 313, và Thiên chúa giáo chiếm vị trí quốc giáo nhân cơ hội thống nhất quốc gia của Hoàng đế Theodosius năm 394. Vào năm 529, Hoàng đế Justinian, Đông bộ Đế quốc La mã, cấm thờ các thần linh ngoại giáo chỉ trừ Thượng đế của Thiên chúa giáo. Các thần linh ngoại giáo bị khước từ.

Và chúng ta thấy rằng trong những sự kiện đó có bước tiến làm nảy sinh sự khác biệt, mà một bên là đường lối tư tưởng của các dân tộc Đông phương nhìn mọi tôn giáo hay quan điểm khác bằng một tinh thần khoan dung, và bên kia là đường lối tư tưởng Tây phương cấm đoán hay áp bức bất cứ tôn giáo nào khác tôn giáo mình.

Chủ nghĩa Hòa bình:

Đã có một học giả chỉ trích Thánh Đức Thái Tử rằng thái độ nhân từ của ngài không phải là một thái độ triệt để, vì ngài tuyên chiến với những bộ tộc lớn sau khi đã qui y và trong tuổi về già không thấy tỏ ra hối hận những lỗi lầm của mình trong thời niên thiếu. Phê bình này có thể trúng đến mức nào đó. Có thể coi đó là lời chỉ trích chung cho Phật giáo Nhật bản.

Nhưng một vị thiên tử "Nhân từ Đại độ" chỉ là một hậu quả của không hề có trong đời sống hiện thực. Một quốc vương, nếu thực sự là một quốc vương, thì khao khát uy quyền, mưu đồ thế lực. Ngay cả A-dục hay Văn Đế họ rất là nhân từ, cũng không ngoại lệ. Các sử gia cắt nghĩa trường hợp cải giáo của vua Constantine cốt để khích lệ các chiến sĩ theo đạo Thiên chúa. Có uy quyền nhất định có luôn thói xấu.

Nhưng còn có điểm khác biệt chỗ, có nhiều bậc quân vương trong thế gian không hề có ý thức tội lỗi, không chứng tỏ có phản tỉnh, thì cũng có những vị quân vương, họ tín phục những nền tôn giáo đại đồng, lại bắt đầu có ý thức nào đó về tội lỗi, và chứng tỏ có phản tỉnh, hay sợ cái xấu. Đấy là sự kiện đáng giá. Với cái đó, một trang sử của nhân loại đã mở ra.

Tư tưởng hòa bình hay bất đề kháng được thấy trong thái độ của Yamashiro-no Oine, con trai của Thánh Đức Thái Tử. Yamashiro-no Oine, bị quân của Soga-no Iruka tấn công, chạy trốn cùng với dân chúng của mình, và ẩn tránh trên một ngọn núi. Viên thuộc hạ khuyên Hoàng tử trốn về các tỉnh Đông bộ, và sau sẽ khởi binh mã, trở lui lại chiến đấu. Hoàng tử trả lời: "Nếu chúng ta làm như Ông nói, chắc chắn sẽ thành công. Nhưng trong lòng ta muốn trong mười năm không đặt gánh nặng lên trên dân. Chỉ vì một người, thì tại sao ta lại phải làm khổ hằng vạn người? Và lại ta không muốn đời sau nói rằng vì ta mà mọi người kêu gào mất mẹ, mất cha. Phải chăng chỉ khi nào chiến thắng ngoài trận mạc mới được gọi là anh hùng? Còn người trải hết đời mình để làm cho xứ sở yên ổn không phải là anh hùng?" Hoàng Tử sai viên thuộc hạ mang sứ điệp gởi cho các chỉ huy của địch quân, nói: "Nếu ta dấy quân tấn công Iruka, nhất định ta phải chiến thắng. Nhưng vì một người, ta không muốn giết dân. Do đó, ta thân hành dẫn mình tới Iruka". Cuối cùng, Hoàng tử và những phần tử trẻ trong gia đình, đồng loạt tự vẫn một lúc, và cùng chết hết.

HAJIME NAKAMURA
Tuệ Sỹ dịch

www.ingramcontent.com/pod-product-compliance
Lightning Source LLC
LaVergne TN
LVHW061048070526
838201LV00074B/5216